மழை

வி.எஸ்.ரோமா

ISBN 978-1-63873-995-1

பொருளடக்கம்

1

❦

மழை என்பது நீரானது வானில் இருந்து நிலத்தில் வீழ்வதைக் குறிக்கும். மழை எவ்வாறு ஏற்படுகின்றது எனில், முதலில் கடலில் இருந்தும் பிற நீர்நிலைகளில் இருந்தும், நீரானது கதிரவனின் வெப்பத்தால் நீராவியாகி மேலெழுந்து சென்று மேகங்களை அடைகின்றது. அப்படி மேலெழுந்து சென்று மேகங்களை அடையும் பொழுது குளிர்வடைந்து நீராக மாறுகின்றது. பின்னர் இந்த நீர்தாங்கிய மேகங்களில் (கார்முகில்களில்) இருந்து நீரானது துளிகளாக, திவலைகளாக பூமியின் மேற்பரப்பில் விழும் போது மழையானது ஏற்படுகிறது. மழை வீழும் போது மொத்த நீரும் நிலத்தை அடைவதில்லை. அதில் ஒரு பகுதி நீராவியாகி விடுகிறது. பாலைவனம் போன்ற பகுதிகளில் மொத்த நீரும் ஆவியாகிவிடுவது உண்டு. ஒரு இடத்தில் மழை அதிகமாகப் பெய்யும் காலம், அவ்விடத்திற்குரிய மழைக்காலம் எனஅழைக்கப்படுகின்றது.மழை பெய்யச் செய்யும் பாக்டீரியா

அமெரிக்காவின் மொன்டானா மாநில பல்கலைக்கழக விஞ்ஞானிகள் மழை பெய்விக்கும் பாக்டீரியாவை கண்டுபிடித்துள்ளனர்.

இதன் மூலம் வறண்ட பகுதிகளிலும் மழை பெய்விக்க முடியும் என்ற நிலை ஏற்பட்டுள்ளது. தாவரங்கள் மேல் படரும் பாக்டீரியா காற்று மூலம் விண்ணுக்குச் செல்கிறது. இந்தப் பாக்டீரியா மீது உருவாகும் ஐஸ் பல்கிப் பெருகுகிறது. இந்த ஐஸ்கட்டிகள் மழை மேகங்களாக மாறுகின்றன. சில குறிப்பிட்ட வெப்பநிலையில் மழையாக பொழிகின்றன. இந்த பாக்டீரியாக்கள் உலகம் முழுவதும் எல்லா பகுதிகளிலும் காணப்படுகின்றன. மழை பெய்யும் காலங்களில் தான் இந்த பாக்டீரியாக்கள் பெருகி வளர்கின்றன. இவை 83 டிகிரி சென்டிகிரேட் வெப்பநிலைக்கு உட்பட்ட இடத்தில் மட்டுமே வளர முடியும்.

தற்போது உலகம் வெப்பமயமாகி வருவதால் இந்த பாக்டிரியாக்கள் அழியும் நிலை கூட ஏற்படலாம். எனவே இந்த பாக்டிரியாக்களை செயற்கை முறையில் உருவாக்குவது குறித்தும் விஞ்ஞானிகள் ஆய்வு செய்து வருகின்றனர்."

கோப்பென் வகைப்பாட்டு விலாடிமீர் கோப்பெனால் உருவாக்கப்பட்ட காலநிலை வகைப்பாட்டுக்காக ஒரு முறையாகும். ஒரு பகுதியில் வளரும் தாவரங்களை அடிப்படையில் கோப்பென் இம்முறையை படைத்தார். உலகின் காலநிலை எங்கும் ஒரேமாதிரியாக காணப்படுவ-தில்லை. பிரதேசத்திற்கு பிரதேசம் வேறுபடுகின்றது. முக்கியமாக கால-நிலை அம்சங்களைப் பொதுவாக கொண்டுள்ள பிரதேசங்களை ஒரே பிரிவின் கீழ் வகுத்து ஆராய்வதே காலநிலைப் பிரதேசங்கள் பற்றிய ஆய்வாகும். கோப்பென் உலகினை காலநிலைப் பிரதேசங்களாக வகுப்-பதற்கு சிறந்த குறிகாட்டி தாவரம் என நம்பினார். டி.கண்டோல் என்ப-வருடைய தாவர வகைப்பாகுபாட்டை அடிப்படையாகக் கொண்டு தனது காலநிலைப் பிரதேசங்களை வகுத்தார்.

மழைமானி

மழையையோ அல்லது பனியையோ சாதாரண மழைமானி மூலம் அளவிடலாம். அஃது 100மிமீ (4 அங்குலம் பிளாஸ்டிக்) அல்லது 200மிமீ(8அங்குலம் உலோகம்) என்ற அளவுகளில் இருக்கும். சாதாரண மழை மானி ஆடி அல்லது உலோகத்தால் ஆன இரண்டு நீளுருளைகளையும் ஒரு புனலையும் கொண்டது. உட்புற உருளை 0மிமீ முதல் 25மிமீ (0.98 அங்குலம்) வரை அளவுகள் குறிக்கப்பட்டிருக்கும். உட்புற உருளையின் மேல் உள்ள புனல் மழை நீரை அந்த உருளைக்-குள் செலுத்துமாறு அமைக்கப்பட்டிருக்கும். உட்புற உருளை நிறைந்தபின் மழை நீர் மேற்புற உருளையில்சேகரிக்கப்படும்.

அளவிடும்முறை

பொதுவாக ஒவ்வொரு 24 மணிநேரத்திற்கும் மழை அளவிடப்படும். எனவே மழையை அளவிடும்முன் நேரத்தை குறித்துக்கொள்வது அவசி-

யம். மழைமானியை ஒரு பொதுவான, இடர்பாடுகள் இல்லாத இடத்தில் மழை பெய்யும் நேரத்தில் திறந்து வைக்கவும். சரியாக 24 மணிநேரத்-திற்கு பிறகு மானியில் உள்ள நீரின் அளவை மில்லி லீட்டர் அளவில் எடுக்கவேண்டும். நீர் ஒரு திரவம் என்பதால் மில்லி லீட்டர் என்ற அளவைவிட லீட்டர் என்ற அளவில் மாற்றினால் தெளிவாக இருக்கும். மழையை அளவிடும் SI அலகு மில்லி லீட்டர் ஆகும்.

"ஒரு மில்லிமீட்டர் மழை அளவு என்பது ஒரு லிட்டர் / ஒரு சதுர மீட்டருக்கு சமம். "

எனவே, 10மிமீ மழை என்று பதிவானால், அதை 10 லிட்டர் / சதுர மீட்டர் என்று எடுத்துகொள்ளவும். ஒரு ஊரில் எவ்வளவு மழை பெய்-துள்ளது என கணக்கிட, அந்த ஊரின் பரப்பளவு (சதுர மீட்டரில்) தெரிந்திருக்க வேண்டும். சென்னையின் பரப்பளவு 174 சதுர கிலோமீட்-டர் (174 x 10,00,000 சதுர மீட்டர்). எனவே சென்னையில் 1mm மழை என்பது 17,40,00,000 லீட்டர் மழை பெய்ததாகக்கொள்ளலாம்.

மழை பெய்வதை முன்னரே அறியும் முறை

மழை பெய்வதை முன்னரே அறிய பிராணிகளின் நடத்தைகளைக் கண்-காணிக்கலாம். மழை பெய்யப்போவதை முன் கூட்டியே அறியும் திறன் பிராணிகளுக்குஉள்ளது.

மழை பெய்வதை அறிய உதவும் பிராணிகளின் நடவடிகைகள்

மயில் - தனது தோகையை விரித்து நடனம் ஆடும்.
எருமை - வானத்தைப் பார்த்து முக்காளமிடும்.
ஈசல் - தனது இருப்பிடத்தை விட்டு வெளியே வந்து
    பறக்கும்.
    பூனை - வீட்டு அடுப்பங்கரையினுள் பதுங்கி இருக்கும்.
பறவைகள் - வானத்தில்தாழ்வாகப்பறக்கும்.
    .அந்தக் காலத்தில் நாள் முழுவதும் தொடர்ந்து மழை பெய்து கொண்டே இருந்திருக்கிறது. இப்படிப் பெய்யும் மழையைத்தான் அடை

மழை அல்லது அடைத்த கதவு திறக்காத மழை என்று கூறுகின்றார்கள்.

கனமழை - அளவில் பெரிய துளிகள் உள்ள மழை.

மாரி - மாரி அல்லது காரியம் இல்லை என்பது பழமொழி. மாரி என்ற சொல் மழையைக் குறிக்கிறது. மாரி என்ற சொல்லை காளி என்ற தெய்வத்தைக் குறிக்கவும் பயன்படுத்துகின்றார்கள். மழையையே தெய்-வமாகப் பாவித்த ஆதி மனிதனின் அடையாளமாகத்தான் மாரி என்ற சொல் மழையையும், கடவுளையும் குறிக்கிறது.

ஆலங்கட்டி மழை - பனிக்கட்டிகள், மழையுடனோ அல்லது தனியா-கவோ வானில் இருந்து விழுதல் பனி மழை அல்லது ஆலங்கட்டி மழை என்று அழைக்கப்படும்..

இவ்வாறு பனி மழை பெய்ய காரணமாக இருப்பதற்கு "சூடோமோ-னாஸ் சிரஞ்சி" என்ற பனித்துகள்களை உண்டாக்கும் பாக்டீரியாவும் ஒரு காரணமாகும்...

பனிமழை - பனி மழையாக பொழிவது. இது பொதுவாக இமயமலை போன்ற சிகரங்களில் காணப்படும

.

ஆழிமழை - ஆழி என்றல் கடல் இது கடலில் பொழியும் இடைவிடாத மா மழையை குறிக்கும்.

துளி - மழையில்லாவிடில் துன்பமுறும் உலகத்தைப் போல் அருள் இல்-லாத அரசினால் குடிமக்கள் தொல்லைப்படுவார்கள். இதில் மழையை துளி என்று கூறப்பட்டுள்ளது. துளியின்மை ஞாலத்திற்கு எற்றற்றே வேந்தன், அளியின்மை வாழும் உயிர்க்கு (திருக்குறள்).

பெய் - நீதி வழுவாமல் ஓர் அரசு நாட்டில் இருக்குமேயானால் அது, காலத்தில் தவறாமல் பெய்யும் மழையினால் வளமான விளைச்சல் கிடைப்பதற்கு ஒப்பானதாகும்.

இதில் மழையை பெய் என்று கூறப்பட்டுள்ளது. இயல்புளிக் கோலோச்சும் மன்னவன் நாட்ட, பெயலும் விளையுளும் தொக்கு (குறள்).

புயல் - புயல் என்பது காற்றுடன் வரும் மழையைக்குறிக்கும்.

தென்மேற்குப் பருவமழை தொடங்கி கடந்த 2 மாதங்களாக நாடு முழுவதும் பெய்து கொண்டு இருக்கிறது. செய்திகளில் கடந்த 24 மணி நேரத்தில் இங்கு 500 மில்லி மீட்டர் மழை அங்கு 300 மில்லி மீட்டர் மழை என்று கூறி கேட்டு இருப்போம். அவை எவ்வாறு அளவிடப்படு-கிறது என்பது குறித்து காணலாம்.

வானிலை ஆராய்ச்சி மையங்களில் "Rain gauge" என்று கூறப்படும் மழை மானி கருவி இருக்கும். இதைப் பயன்படுத்தித்தான் மழையை அளந்து, 'இத்தனை மி.மீ. மழை பெய்தது' என்று சொல்கிறார்கள். ஒரு சதுர மீட்டருக்கு, 24 மணிநேர கால அளவில் எவ்வளவு மழை பொழிந்திருக்கிறது என்பதை அதன் மூலம் அறிவார்கள். அதை வைத்து ஒரு குறிப்பிட்ட பகுதியில் எவ்வளவு மழை பெய்தது என்று கணக்கிடு-வார்கள்.

என்பது, ஒரு சதுர மீட்டருக்கு 1 லிட்டர் என்பதற்குச் சமம். எனவே, 10 மிமீ மழை என்று பதிவானால், அதை 10 லிட்டர் / சதுர மீட்டர் என்று எடுத்துகொள்ள வேண்டும். தற்போது பல வகையான தானியங்கி மழை மானிகள் சந்தையில் கிடைக்கின்றன. அது ஒவ்வொரு மணி நேரத்திற்கும் பதிவான மழை அளவை குறித்து தகவல் தந்துவிடும்.

நீர்இன்று அமையாது உலகெனின் யார்யார்க்கும்வான்இன்று அமை-யாது ஒழுக்குளத்தனை பெரியவரானாலும் நீர் இல்லாமல் வாழமுடியாது. அந்த நீரை மழையில்லாமல் பெற முடியாது. நீரின் முக்கியத்துவத்தை உணர்த்தும் திருக்குறள் இது.இன்றைய உலகில் தண்ணீர் "திரவத்தங்-கம்" என அழைக்கப்படுகிறது. தண்ணீர் இன்றி நம் வாழ்வதை கற்-பனை கூட செய்ய முடியாது. உலகில் வாழும் ஒவ்வொரு உயிரினமும் ஏதாவது ஒன்றை சார்ந்து வாழ்கின்றன. மனிதன் பலவற்றை சார்ந்து உள்ளான். இதில் வாழ்நாள் முழுவதும் நீர் என்பதை அடிப்படையாக கொண்டு வாழ்கிறான்

நீரை சேமிக்க

உயிரினங்களில் மத்தியில் சிரிக்கும் ஒரே தன்மையை பெற்ற உயிரி-னம் மனிதன். ஆனால் மழை நீரை சேமிக்க வேண்டும் என சிந்திக்க தவறி விட்டான். இயற்கை வளங்களை அழித்தால் மழையில்லாமல் போகும் என்றும், வரும் சமுதாயம் வாழ வழியின்றி போய்விடும் என்-றும் நினைத்து பார்க்கவில்லை.

இயற்கையை மறுபடியும் உருவாக்க வேண்டும் என சிந்திக்கவில்லை. ஏர் உழுத விவசாயிகள் ஏமாற்றப்பட்டு நின்கின்றனர் நீரின்றி. பருவ மாற்றத்தினை பார்த்து விவசாயிகளின் கண்களில் கண்ணீரும் வற்றி விட்டது.மனித இனம் வளரதண்ணீர் வீணாவதால் ஏற்படும் விளைவு-களை மாணவர்களுக்கு சொல்லித்தர வேண்டும். பள்ளி, கல்லூரிகளில் விழிப்புணர்வை ஏற்படுத்துவதை அரசு கட்டாயமாக்க வேண்டும். வரும் சமுதாயத்திற்கு கல்வி நிறுவனங்களில் தண்ணீர் சேமிப்பு முறைகளை கற்றுக்கொடுக்கவேண்டும். தண்ணீருக்கான முக்கியத்துவம் கொடுக்க-வில்லை எனில் வரும் முப்பதாண்டுகளில் ஒருவருக்கு ஒருவர் அடித்-துக்கொண்டு இறக்க நேரிடும் வாய்ப்புகள் உருவாகும். ஒரு நாட்டின் முன்னேற்றம் தனி மனிதனை சார்ந்துள்ளது. அண்மையில் ஜோலார்-பேட்டையில் இருந்து சென்னைக்கு தண்ணீர் கொண்டு செல்லப்பட்டது. தண்ணீரை கொண்டு செல்ல ராஜஸ்தானிலிருந்து ரயில் வந்தது. மழை-நீரை சேமிக்க தவறியதால் இதுபோன்ற நடவடிக்கைகளை எடுக்க வேண்டியிருக்கிறது.தண்ணீரை சேமிக்காமல் வீணாக்கியதால் நிலத்தடி நீர்மட்டம் குறைந்து கிராம மக்கள் குடிநீருக்காக நெடுதூரம் அலை-கின்றனர். நம் பெற்றோர், அவர்களது பெற்றோர் காலத்தில் குறைந்த அடியில் கிடைத்த தண்ணீரை நாம் தற்போது பல நூறு அடியில் பெற வேண்டியிருக்கிறது. சில பகுதிகளில் பல ஆயிரம் அடி வரை பெறு-கின்றனர். அந்தளவிற்கு நிலத்தடி நீர் குறைந்து வருகிறது. தண்ணீரை தேக்கி வைக்கவும் குழாய்களில் நீர் வீணாகாமல் பார்த்து கொள்ளவும் முன்வர வேண்டும்.

வீடுதோறும் மழைநீர்

வீடுகள் தோறும் மழைநீர் சேமிப்பு தொட்டி அமைப்பதை கட்டாய-மாக்க வேண்டும். இதுகுறித்து சட்டம் நிறைவேற்றியிருந்தாலும் எல்லா வீடுகளிலும் மழைநீர் சேகரிப்பு அமைப்பு இல்லை. மழை காலங்களில் மழைநீரை சேமிக்க ஏதுவாக நீர்நிலைகளை பொது மக்களே அரசை எதிர்பார்க்காமல் சீரமைக்க வேண்டும். இதற்காக அரசு கொண்டு வந்த குடிமராமத்து பணிகள் முறையாக நடந்ததா என்றால் சந்தேகம் தான். அரசு, தனியார் அலுவலகங்கள், கட்டுமானங்களில் மழைநீர் சேகரிப்பை கட்டாயமாக்க வேண்டும்.

பாதுகாப்பான குடிநீர்

தற்போது உலகில் மூவரில் ஒருவருக்கு பாதுகாப்பான குடிநீர் உறுதி செய்யப்படவில்லையென ஆய்வு ஒன்று குறிப்பிடுகிறது. நிலத்தடி நீரின் அளவும் ஆண்டுக்கு ஆண்டு குறைந்து வருவதாக தகவல்கள் வெளியாகி வருகின்றன. மேலும் 2050 ஆண்டு உலகம் மிகப்பெரும் சவாலை எதிர்கொள்ள நேரிடும் அதுவும் நீருக்காக என விஞ்ஞானிகள் எச்ச-ரிக்கின்றனர்.சில மாதங்களுக்கு முன் அர்ஜெண்டினாவில் நடந்த ஐ.நா., மாநாட்டின் நீரியல் விழாவின் போது ஒரு சொட்டு தண்ணீருக்கான விலை ஒரு சொட்டு பெட்ரோலின் விலையை விட அதிகரிக்கலாம் என குறிப்பிடப்பட்டது.

முன்னோர் காலத்தில் இயற்கையுடன் இணைந்த வாழ்க்கையை மக்கள் வாழ்ந்தனர். இன்றைய நவீன காலத்தில் மனிதர்கள் பெரும்பாலும் இயற்கையில் இருந்து விடுபட்டு செயற்கையான படைப்புகளுக்கு உள்-ளாக்கப்பட்டு இயற்கை வாழ்வாதார முறைகளை இழந்து வருகின்-றனர்.செட்டிநாடு பல ஆண்டுகளுக்கு முன் செட்டிநாடு பகுதி வீடுகளில் மழைநீர் சேகரிக்க சிறப்பான அமைப்புகள் கட்டப்பட்டுள்ளன.

வானம் பார்த்த பூமியாக கருதப்படும் சிவகங்கை மாவட்டத்தில் மழை நீரை நம்பி வேளாண்மையுள்ளது.

வீட்டின் நடுப் பகுதியில் மழைநீர் தேங்கும்படி முற்றம் அமைத்துள்ளனர். எல்லா வீட்டிற்குமே (மாளிகையாய் இருந்தாலும்) கூரைக்கு நாட்டு ஓடுகள்தான் பயன் படுத்தப்பட்டுள்ளது. மாடியின் மேல் தளத்தில் விழும் மழைநீர் நேராக கூம்பு குழாயின் வழியாக இரண்டாவது தளத்திற்கு வந்து அங்கிருந்து அடித்தளத்திற்கு கூடல் (கூடறு) வாய்த்தகரத்தின் வழியாக வந்து சேரும். நாட்டு ஓடுகளுக்கு நீரை உறிஞ்சும் தன்-மையில்லாததால் அதில் விழும் நீர் முற்றத்துக்குள் வரும். அப்படி வந்து கொட்டும் நீரை கூடல்வாய்க்கு கீழே பெரிய பித்தளை அண்-டாக்களை முற்றத்தின் நான்கு பக்க மூலைகளிலும் வைத்து வெள்ளை துணியால் வேடு கட்டி பிடித்து சேமித்து வைப்பர். அந்த நீரை தேவைப்படும் போது எடுத்து சுடவைத்து அருந்துவதுஇன்றும்வழக்கத்-தில்………………… இருக்கிறது.

தண்ணீர்வரத்துகால்வாய்கள்

கோயில்கள், தெருக்கள் என எல்லா இடங்களிலும் மழைநீரை சேமித்து வைக்கும் தொலை நோக்கு இருந்துள்ளது. மருத்துவ குணம் அதிகம் நிறைந்த செம்புரான் எனப்படும் பாறைக்கற்களால் கட்டப்பட்டுள்ள குளங்கள் காரைக்குடி பகுதியிலுள்ள ஒவ்வொரு ஊரிலும் உள்ளன. கோயில்கள் முன் குளங்கள் அமைந்ததும் மழைநீர் சேமிப்புக்காக தான். மழைநீர் எங்கு தேங்கி ஓடினாலும் கடைசியில் இந்த குளத்தில் கலக்கும் விதமாக கால்வாய்கள் வெட்டி வைக்கப்பட்டுள்ளன.

இப்பகுதியில் உள்ள குளங்கள் என்றும் வற்றாதவையாக உள்ளன.

வரும் காலங்களில் இவ்வகைவீடுகளை கட்டினால் தண்ணீர் பஞ்சத்தில் இருந்து பாதுகாத்து கொள்ளலாம். ஏரி, குளங்களை தூர் வாரி மழை நீரை சேமிப்போம். மரங்கள் வளர்ப்போம். காடுகளை பாதுகாப்போம். மழையை வரவேற்போம். வரும் சமுதாயம் வாழ வழி செய்வோம்.-

மழை நீரில் சமைப்பதால், குடிப்பதால் ஏற்படும் நன்மைகள் என்ன- வென்று தெரியுமா?

உலகில் இனி வரும் காலங்களில், மக்கள் பணம் சம்பாதிப்பதை விட, தண்ணீரை சம்பாதிக்கவே, அதிக நேரத்தை செலவிடுவார்கள் என்றும், தண்ணீர் பஞ்சத்தின் காரணமாகவே, உலக நாடுகளுக்கிடையே போர் மூளும் சூழல் உருவாகும் என்று உலக நீர் ஆராய்ச்சியாளர்கள் தெரிவிக்கிறார்கள்.

அந்த நிலையை நோக்கிச்செல்வதை உறுதி செய்வதைப் போல, நம்முடைய கோடைக் காலங்களில் நிலத்தடி நீர் வற்றி, தண்ணீர் பஞ்சம் அதிகரித்துவரும் சூழலில், நிலத்தடி நீருக்கு மாற்றாக, மழைநீரின் மீது, அனைவரின் கவனமும் தற்காலத்தில் திரும்பியிருக்கிறது.

அரசும், மக்களும் கொண்ட விழிப்புணர்வால், வீடுகளில் மழைநீர் தொட்டிகள் அமைத்து, மழைநீரை சேமிப்பதன்மூலம், நிலத்தடி நீர்மட்-டத்தை அதிகரிக்க முயன்றுவருகின்றனர்.

இதன் விளைவாக தற்காலங்களில், மழைநீரை தொட்டிகளில் சேமிப்பது மட்டுமன்றி, மழை நீரை சமையல் செய்வதற்கும், பருகுவதற்-கும் ஏற்ற ஒன்றாக பயன்படுத்த, எல்லோரும் ஆர்வம் காட்டி வருகின்-றனர்.

ஆயினும் குடிப்பதற்கும், உணவு சமைப்பதற்கும் ஏற்ற ஒன்றா மழை நீர்?, மழை நீரை குடிப்பதால் ஏற்படும் மாற்றங்கள் என்னென்ன என்று,

பார்ப்போம் வாருங்கள்.

தூய ஓசோன் காற்றும் மழை நீரும்!

காற்றில் ஓசோன் அதிகரித்து காணப்படும் நேரமான அதிகாலை மூன்று மணி முதல் நான்கு மணி வரை, அந்தக்காற்றை சுவாசிக்க, நிறைய பேர் ஆர்வமுடன் கடற்கரையோரங்களில் நடைப்பயிற்சிகளை மேற்கொள்வர், அங்கேதான் சுத்தமான காற்றில், முழுமையான ஓசோனை சுவாசிக்க முடியும் என்பார்கள்.

அதுபோல, மழை நீர் என்பது, தூய்மையானது, அது ஆகாயத்தில் உருவாகி வருவதால், மிகவும் சுத்தமான நீர் என்று நிறைய பேர் கருதிக்கொண்டு, மழை நீரைப் பருக ஆர்வம் காட்டி வருகின்றனர். எல்லா மழை நீரையும் நாம் குடிக்கமுடியுமா?

சிலர், இந்த மழை நீர், நம் உடல் வியாதிகளைத் தீர்க்கும் ஆற்றல் மிக்கதென்றும் கருதுகின்றனர். இத்தகைய நம்பிக்கைகள் எல்லாம், உண்மையிலேயே மழை நீரின் தன்மையை சோதித்ததால் எழுந்த ஒன்றா, அல்லது வெறும் நம்பிக்கையா என்பதை, இனி நாம் காண்போம்.

மழை நீர் சுகாதாரமானதா?

சுகாதார ஆய்வுகள், சில குறிப்பிட்ட இடங்களில் பெறும் மழைநீரைத் தவிர, மற்ற இடங்களில் கிடைக்கும் மழை நீரை, பாதுகாப்பான குடிநீர் என்றும், அதிகரித்து வரும் உலகின் குடிநீர் தேவையை பூர்த்தி செய்ய வல்லவை என்றும் கூறி, மழை நீரை எப்படி பயன்படுத்தினால், நன்மைகளை அடையலாம் என்பதை, விளக்கி இருக்கின்றன.

மழை நீரை நாம், குடிநீராகப் பயன்படுத்த எண்ணினாலும், நாம் நினைப்பதுபோல, மழை நீர், சுத்தமானதும், தூய்மையானதும் அல்ல. காற்றைப்போல, மழை நீரிலும் மாசுக்கள் கலந்தே இருக்கின்றன, ஆயினும் நாம் பருகும் கார்ப்பரேஷன் தண்ணீரைவிட, குறைந்த அளவு மாசுக்களே இருக்கும் என்கின்றன, ஆய்வுகள்.

மழை நீரில் குளோரின், புளோரைடு போன்ற கெமிக்கல்கள் இருப்பதில்லை என்பதினால், அனைவரும் மழை நீரைப் பருக ஆர்வம் காட்டுகின்றனர்.

மழை நீரை அப்படியே பயன்படுத்தலாமா?

வீடுகளின் கூரைகளில் உள்ள வடிகால் மூலம் வடியும் மழைநீரை சேமித்து சமைக்கப் பயன்படுத்துவதைவிட, நேரடியாக, மழை நீரை

சேமிக்கும் கலன்களில் இருந்து எடுத்துப் பயன்படுத்தலாம். கூரைகளில் வழியும் மழைநீரை பயன்படுத்த வேண்டுமெனில், தண்ணீரைக் காய்ச்சி, வடிகட்டிப் பயன்படுத்தவேண்டும், இதன்மூலம் கூரைகளில் உள்ள எச்-சங்கள், குப்பை மாசுக்கள் போன்றவற்றின் மூலம் நீரில் ஏற்படும் கிரு-மிகளை, விலக்க முடியும்.

வளர்ந்த நாடுகளில் உள்ள பொது விநியோக குடிநீரானது, பலதரப்-பட்ட பில்டர்களைக் கடந்து, மக்கள் பயன்பாட்டுக்கு வருகிறது, அந்த நாடுகளில் மழை நீரைவிட, சுத்தமானதாக பொது குடிநீர் திகழ்கிறது என்பதும் நாம் கவனிக்க வேண்டிய ஒன்று. ஐக்கிய அரபு எமிரேட்ஸ் நாட்டின் வணிக மாநகரான துபாயில், குடிநீரின் தூய்மை அளவு, உலக சுகாதாரக் குறியீட்டின்படி, மிக அதிக அளவு, தர சோதனைக்கு உட்ப-டுத்தப்பட்டதாகும். இதன் மூலம், அந்த இடங்களில் கிடைக்கும் மழை-நீரைவிட, அரசு குடிநீரே, அதிக நன்மைகள் தரும்.

கடலில் பயணிக்கும்போது, மழைநீரைக் குடிக்கலாமா?

கடலில் பயணிக்கும் சமயங்களில், கிடைக்கும் மழைநீரை எவ்வளவு வேண்டுமானாலும் பருகலாம். அந்த மழை நீர், நன்மை தருவதாக அமையும். அதேபோல அடர்ந்த காடுகள், பழ மரங்கள் நிறைந்த மலை-கள் போன்ற வாகனப் புகைமாசு அதிகமில்லாத இடங்களில் கிடைக்கும் மழைநீரில் உள்ள இயற்கை தாதுக்கள் மற்றும் என்சைம்கள், மனிதர்க-ளுக்கு நன்மையே செய்யும் என்கின்றனர் ஆய்வாளர்கள்.

காய்ச்சி வடிகட்டி பயன்படுத்த வேண்டும்!

இதைத்தவிர சில இடங்களில் கிடைக்கும் மழைநீரும் நன்மை தரும் என்றாலும், பொதுவாக மழைநீரை காய்ச்சி வடிகட்டியே, குடிப்பதற்கும் சமைப்பதற்கும் பயன்படுத்த வேண்டும் என உலக சுகாதார அமைப்பு தெரிவிக்கிறது.

சேகரித்து வைக்கப்பட்ட மழை நீரில், காற்றில் உள்ள தூசுக்கள், பறவைகளின் எச்சங்கள், சிறுபூச்சிகள் மற்றும் ஈ-கோலி வைரஸ் போன்-றவை கலந்து இருக்கும், மழைநீர், சற்றே அமிலத்தன்மை மிக்கதாகவும், குறைந்த மினரல்களையும் கொண்டு இருக்கும். எனவே, மழைநீர், அவை இருக்கும் கொள்கலன்களின் உலோகம் மற்றும் கரையாத மின-ரல்களை அதிகம் ஈர்த்து, அதன்மூலம் மழைநீரில் உலோக மினரல் சேர்க்கை அதிகரித்துவிடும்.

மழைநீரை காய்ச்சும்போது, மேற்கண்ட பாதிப்புகள் தரும் கிருமிகள் மற்றும் மாசுக்கள் நீங்கி விடும்.

வேற்றுமை!

சாதாரண குடிநீரில் கால்சியம், மக்னீசியம், இரும்பு மற்றும் ப்ளோரைடு கலந்திருக்கும், அதனால் உணவில் அந்த தாதுக்களை குறைவாக எடுத்துக்கொண்டாலும், தண்ணீரைக் குடிப்பதன் மூலம் ஈடுசெய்துவிடலாம். மாறாக மழைநீரில், இந்த தாதுக்கள் இருக்காது, எனவே, உடல் நலத்தில் தாதுக்கள் இழப்பு ஏற்படலாம்.

அணுக்கதிர்வீச்சு அபாயம் உள்ள பகுதிகளில் கிடைக்கும் மழைநீர்.

மழை நீரை அவ்வப்போது சோதிக்க வேண்டியது அவசியமாகும், அதன்மூலம் நீரில் உள்ள அமிலத்தன்மை மற்றும் மாசுக்களின் அளவை நாம் அறிய முடியும். கதிர்வீச்சு அபாயமுள்ள இடங்களில் கிடைக்கும் மழைநீரில், அணுக்கதிர்வீச்சு பாதிக்கும் அபாயம் இருக்கும், அந்த மழைநீரைப் பருகக்கூடாது.

அதிகப் புகைகளை வெளியேற்றும் ஆலைகள், மின்சார நிலையங்கள் மற்றும் காற்று மண்டல பாதிப்புகள் மிக்க நகரங்களில் கிடைக்கும் மழைநீரையும், பருகாமல் இருப்பதே, நலம் தரும்.

அமில மழை!

மழை நீர் அமிலத்தன்மை நிறைந்தது, அமிலத்தன்மைகளை குறிக்கும் அளவீடான PH முறையில் அதன் அளவு விகிதம் 5.6 என்ற அளவுகளில் இருக்கும், இது நாம் குடிக்கும் காபியில் உள்ள அமிலத்தன்மையைவிடக் குறைவானது, காபியில் உள்ள பிஹெச் அளவு ஐந்தாகும். ஏழு என்ற அளவு நடுநிலையாகும், அதன் கீழுள்ள அளவுகள் அமிலத்தன்மைகளின் வீரியத்தைக் குறிப்பதாகும்.

ஆயினும் அமிலமழைநீர், ரிவர்ஸ் ஆஸ்மாசிஸ் முறைகளில் சுத்திகரிக்கப்படும் குடிநீரைவிட தரமானது, மினரல்கள் நிறைந்தது, என்கின்றனர் ஆய்வாளர்கள்.

பொருளாதாரப் பலன்கள்!

மழைநீர் இன்று, பரவலாக மக்களால் அதிகம் உபயோகிக்கப்படுவதற்கு காரணங்கள், பாட்டிலில் அடைக்கப்பட்ட குடிநீரை விட, அவை சுத்தமானது, செலவும் மிகக் குறைவு, ஒருமுறை செய்யப்படும் கட்டமைப்பு வசதிகள் மட்டுமே! சமையலில் மழைநீரைப் பயன்படுத்தி வந்தால், அதன் அமிலத்தன்மை, உணவுகளை விரைவில் வேக வைத்து,

எரிபொருள் சிக்கனத்தை அளித்து, உணவில் ருசியையும் அதிகரிக்கிறது.

எனவே, எந்த அச்சமும் இன்றி, வீடுகளில் மழைநீரைக் காய்ச்சி வடிகட்டி, குடிக்கவும், சமைக்கவும் பயன்படுத்தலாம். உடலுக்கு நன்மையே, செய்யும்.

மழை நீர் சேகரிப்பு பயன்கள்: குழந்தைகளுக்கு பெரியவர்கள் என்ன சொல்லித்தர வேண்டும்?

பருவமழை குறையும் காலகட்டங்களிலோ, வறட்சி ஏற்பட்டு குடிநீர் பற்றாக்குறை ஏற்படும் சூழலிலோதான், நாம் மழை நீர் சேகரிப்பு பற்றியெல்லாம் சிந்திக்கிறோம். மழை நீர் என்பது இயற்கையின் உன்னதமான கிஃப்ட் என்றே சொல்லவேண்டும். இந்த தூய நீரின் சேகரிப்பு/ சேமிப்பு, பயன்கள் பற்றியெல்லாம் அனைவரும் தெரிந்துகொள்வது மிக மிக முக்கியமானது. அதிலும் <u>வருங்கால சந்ததிகளான நம் குழந்தைகளுக்கு</u>, மழை நீர் சேகரிப்பு, பயன்கள் மற்றும் அதன் அவசியத்தை நிச்சயமாக சொல்லிக்கொடுத்து வளர்க்கும்போது தான், ஆரோக்கியமான எதிர்காலத்தை உருவாக்க முடியும்.

சமீப காலங்களில், பருவமழையும் கைகொடுப்பதில்லை, பக்கத்து மாநிலங்களும் தண்ணீர் தருவதில்லை. இதே நிலை தொடர்ந்தால், விவசாயம் பாதிக்கும், விலைவாசி உயரும், விவசாயம் சார்ந்தவர்களின் தற்கொலைகள் தொடரும்; என்பதெல்லாம் தாண்டி, குடிப்பதற்கும், குளிப்பதற்கும் கூட நீர் கிடைக்காமல் போகும் அபாய நிலைக்கு நம்மை நாமே தள்ளிக்கொண்டோம். ஆம்! இயற்கை தரும் இந்த உன்னத பரிசை நாம் மதிப்பதே கிடையாது! குடிக்கும் நீரை, கேன்களிலும், குளிக்கும் நீரை டேங்கரிலும் வாங்கத்தொடங்கி பல ஆண்டுகள் ஓடிவிட்டன. இந்த பிளாஸ்டிக் கேன் தண்ணீர், அசுத்தமான டேங்கர் நீரினால் ஏற்படும் அபாயங்களை மறந்துவிடுகிறோம். இப்பொழுதாவது மழை நீர் சேகரிப்பின் அவசியத்தை புரிந்துகொள்ள வேண்டும்.

தென்மேற்கு பருவமழை தொடங்கிவிட்ட நிலையில், வடகிழக்கு பருவ மழையை எதிர்நோக்கி மழைநீர் சேகரிப்பு கட்டமைப்புகளை கட்டடங்களில் உருவாக்கி பராமரிக்க வேண்டும்.

கட்டிடத்தின் மொட்டை மாடியில் இருந்து மழை நீரை தரைப் பகுதிக்கு கொண்டு செல்ல மழை நீர் வடி குழாயினை அமைக்க வேண்டும். வடி குழாய்க்கு அல்லது கட்டடங்களின் அருகில் தரை பகுதியில்

1 மீட்டர் நீளம், 1 மீட்டர் அகலம் மற்றும் 1.5 மீட்டர் ஆழத்திற்கு கசிவு நீர் குழி ஒன்றை செங்கல் கொண்டு கட்ட வேண்டும்.

அதன் பின் குழியை கூழாங்கற்கள் அல்லது கருங்கல் ஜல்லியைக் கொண்டு 1 மீட்டர் ஆழத்திற்கு நிரப்ப வேண்டும்.

மொட்டை மாடியில் இருந்து வரும் மழைநீரை வடிகுழாய் மூலம் கசிவு நீர் குழியின் மேற்பரப்பில் விழுமாறு செய்ய வேண்டும். இது-போன்று முறையாக கசிவு நீர்குழி அமைத்தால் மொட்டை மாடியில் விழும் மழை நீரை நேரடியாக பூமிக்குள் ஊறச் செய்யலாம். கசிவு நீர் குழியை சிமெண்ட் மூடி கொண்டு மூட வேண்டும்.

கட்டடம் அமைந்துள்ள பகுதி களிமண் பகுதியாக இருந்தால் உரிய முறையில் மழை நீர் சேகரிப்பு கட்டமைப்புகளை ஏற்படுத்த வேண்-டும். நீரூட்டல் கிணற்றை அனைத்து வகையான பகுதிகளில் அமைத்-திடலாம். கட்டட வளாகத்தில் பயன்பாட்டில் இருக்கும் திறந்தவெளி கிணற்றை நாம் மழை நீர் சேகரிக்க பயன்படுத்தலாம்.

கட்டடத்தில் இருக்கும் மழை நீர் வடி குழாய்களை இணைத்து கிணறு இருக்கும் பகுதிக்கு கொண்டு செல்ல வேண்டும். வடி கட்டும் தொட்டி அமைத்திட்டால் மொட்டை மாடியில் விழும் மழை நீரை வடி குழாய் மூலம் பயன்பாட்டு கிணற்றில் செலுத்தி மழை நீரை ஊறச்செய்-யலாம்.

எனவே, இதுவரை மழை நீர் கட்டமைப்புகள் அமைக்கப்படாமல் இருந்தால் தாமதமின்றி உடனடியாக கட்டமைப்புகளை உருவாக்கி மழை நீரை சேமித்து நீர் வளத்தை பெருக்கிட வேண்டும்."

மழை என்பது நீரானது வானில் இருந்து நிலத்தில் வீழ்வதைக் குறிக்கும். மழை எவ்வாறு ஏற்படுகின்றது எனில், முதலில் கடலில் இருந்தும் பிற நீர்நிலைகளில் இருந்தும், நீரானது கதிரவனின் வெப்-பத்தால் நீராவியாகி மேலெழுந்து சென்று மேகங்களை அடைகின்றது. அப்படி மேலெழுந்து சென்று மேகங்களை அடையும் பொழுது குளிர்-வடைந்து நீராக மாறுகின்றது. பின்னர் இந்த நீர்தாங்கிய மேகங்களில் (கார்முகில்களில்) இருந்து நீரானது துளிகளாக, திவலைகளாக பூமியின் மேற்பரப்பில் விழும் போது மழையானது ஏற்படுகிறது. மழை வீழும் போது மொத்த நீரும் நிலத்தை அடைவதில்லை. அதில் ஒரு பகுதி நீராவியாகி விடுகிறது. பாலைவனம் போன்ற பகுதிகளில் மொத்த நீரும் ஆவியாகிவிடுவது உண்டு. ஒரு இடத்தில் மழை அதிகமாகப் பெய்யும்

காலம், அவ்விடத்திற்குரிய மழைக்காலம் என அழைக்கப்படுகின்றது.

காலம், அவ்விடத்திற்குரிய மழைக்காலம் என அழைக்கப்படுகின்றது.

நான்

வாசகர்களால் நான்
வாசகர்களுக்காக நான்

முற்போக்கு எழுத்தாளர் வி.எஸ்.ரோமா - கோயம்புத்தூர்
+91 82480 94200
20 புத்தகங்கள் எழுதியுள்ளேன்
விருதுகள் பல பெற்றுள்ளேன்.
கதை , கவிதை, கட்டுரை, நாவல் பொன்மொழி, நாடகம்
எழுதுவேன்.

என்
எழுத்து
என் மூச்சுள்ள வரை
என் வாசிப்பே
என் சுவாசிப்பு

என்றும்
எழுதிக் கொண்டிருக்க வே
என் ஆசை

நான் திருமணமே செய்து கொள்ளாத பெண்மணி என்பதில்
எனக்கு மகிழ்வே.

என் எழுத்துக்கு முழு ஒத்துழைப்பு கொடுப்பவர்கள் என்
பெற்றோர்களே.

தந்தை
கா சுப்ரமணியன் _ தாசில்தார் - ஓய்வு

தாய்.
சு. கிருஷ்ணவேணி

என் பெற்றோர்களே
என்
எழுத்துக்கும்
எனக்கும் முழு ஒத்துழைப்பு தருகின்றவர்கள் என்பதில்
எனக்கு மகிழ்ச்சியே.

நான் ரோமா ரேடியோ
என்ற பெயரில் எஃப் எம் ஆரம்பித்துள்ளேன்.

என்
எழுத்து
என் ரோமா வானொலி மூலம்
எங்கும் ஒலிக்க
எட்டு திக்கும் ஒலிக்க
என் ஆவல்.

பெண்களை

பெரிதாக நினைத்துப்
பெரும் மகிழ்ச்சியடைந்து
பெருமைப் படுத்த வேண்டும்.

முற்போக்கு எழுத்தாளர்
வி.எஸ். ரோமா
Roma Radio
கோயம்புத்தூர்
+91 82480 94200